சாணி வண்டும் பட்டாம்பூச்சியும்

(சிறார் சிறுகதைகள்)

சரிதா ஜோ

Sani Vandum Pattambootchiyum (in Tamil)

Saritha Jo

Illustration : Pillai

First Published: July 2024

BOOKS FOR CHILDREN

imprint of Bharathi Puthakalayam

7, Elango Salai, Teynampet, Chennai - 600 018.

Email: bharathiputhakalayam@gmail.com | www.thamizhbooks.com

சாணி வண்டும் பட்டாம்பூச்சியும்

சரிதா ஜோ

ஓவியம்: பிள்ளை

முதல் பதிப்பு: ஜூலை, 2024

வெளியீடு:

புக்ஸ் ஃபார் சில்ரன் | பாரதி புத்தகாலயத்தின் ஓர் அங்கம்

7, இளங்கோ சாலை, தேனாம்பேட்டை, சென்னை- 600 018.

தொலைபேசி : 044 - 24332424, 24330024 | விற்பனை: 24332924

விற்பனை உரிமை

விற்பனை நிலையங்கள்

ஈரோடு: 39, ஸ்டேட் பாங்க் சாலை - 9245448353

கரூர்: நாரத கானசபா அருகில் (TNGEA OFFICE)- 9442706676

காரைக்குடி : 12, 2 வது தெரு, கம்பன் மணிமண்டபம் பின்புறம் - 9443406150

கும்பகோணம்: 352, ரயில் நிலையம் எதிரில் - 9443995061

கோவை: சிங்காநல்லூர் பேருந்து நிலையம் - 641 005 - 8903707294

சிதம்பரம்: 22A / 18B தேரடி கடைத் தெரு, கீழவிதி அருகில் - 9994399347

செங்கல்பட்டு: 1 D ஜி.எஸ்.டி சாலை - 044 27426964

சேலம்: 15, வித்யாலயா சாலை, ராமகிருஷ்ணா பார்க் அவென்யூ - 636 007- 8610050311

தஞ்சாவூர்: கடை எண்.8, முன்னாள் இராணுவத்தினர் மாளிகை, H.P.O. எதிரில் - 613 001 - 9442781491

திண்டுக்கல்: பேருந்து நிலையம் - 9942331105, 9976053719

திருச்சி: வெண்மணி இல்லம், கரூர் புறவழிச்சாலை - 9994289492

திருநெல்வேலி: நவஜீவன் டிரஸ்ட் வளாகம், 48-B/10, அம்பை ரோடு, வீரமாணிக்கபுரம் - 9442149981

திருப்பூர்: 447, அவினாசி சாலை - 9486105018

திருவண்ணாமலை: முத்தம்மாள் நகர்

திருவல்லிக்கேணி: 48, தேரடி தெரு - 9444428358

திருவாரூர்: 35, நேதாஜி சாலை - 9442540543

நாகர்கோவில்: 699, கே.பி.ரோடு R.V.புரம் - 9443450111

நெய்வேலி: பேருந்து நிலையம் அருகில், - 9443659147

பழனி: பேருந்து நிலையம் - 7010760693

பாண்டிச்சேரி : கிழக்கு கடற்கரைச் சாலை, இலாசுப்பேட்டை, 9486102777

பெரம்பூர்: 52, கூக்ஸ் ரோடு - 9444373716

மதுரை: மேல பெருமாள் மேஸ்திரி வீதி - 625 001 - 9443449225 & சர்வோதயா மெயின்ரோடு

வடபழனி: பேருந்து நிலையம் எதிரில் அடையார் ஆனந்தபவன் மாடியில் - 9444476967

விருதுநகர்: 131, கச்சேரி சாலை - 0456 2245300

வேலூர்: பேஸ் III, சத்துவாச்சாரி - 9442553893

நினைத்த நூல்கள்... நினைத்த நேரத்தில்... ▶ BharathiTV | www.bookday.in

thamizhbooks.com ⓦ 8778073949

ரூ.50/-

அச்சு : பிரிண்டெக், சென்னை - 600 005.

நன்றி

எழுத்தாளர் உதயசங்கர் | நூலகர் ஷீலா | ஸ்கேன்
பவுண்டேஷன் விலங்குகள் நலன் மற்றும் உரிமை
அமைப்பு இந்தியா தலைவர் ஜெரால்டு
சிற்றுளி பதிப்பகம் நல்லு.இரா.லிங்கம் | மாயா பஜார்
இந்து தமிழ் திசை | கலகம் மின்னிதழ்
நடுகல் மின்னிதழ் | பொம்மி சிறார் மாத இதழ்
ஓவியர் பிள்ளை
பாரதி புத்தகாலயம் நாகராஜன், காளத்தி, கோமதி, சிராஜ்

சமர்ப்பணம்

என் பேரன்புத் தோழி பூங்கொடி பாலமுருகனுக்கு..

உள்ளடக்கம்

1

சாணி வண்டும் பட்டாம்பூச்சியும்

"நானும் இரண்டு மூன்று நாட்களாகப் பார்க்கிறேன். தினமும் இதே வழியாக சாணியை உருட்டிக்கொண்டு சென்றுகொண்டே இருக்கிறாய். உனக்கு வேறு வேலையே இல்லையா?" என்று பட்டாம்பூச்சி கேட்டது.

மரத்தின் கீழே சாணத்தை உருட்டி ஓடிக்கொண்டிருந்த சாணி வண்டு,

"நானும் இரண்டு மூன்று நாட்களாக இந்த வழியாகப் போகும்போது உன்னைப் பார்க்கிறேன். நீயும் ஒவ்வொரு செடியாகச் சென்று அமர்ந்து அமர்ந்து எழுந்து பறக்கிறாய், உனக்கு வேறு வேலையே இல்லையா?" என்று கேட்டது சாணி வண்டு.

"பார்த்தாயா! உனக்குத் திமிரை. காட்டை உருவாக்கிக் கொண்டிருக்கும் என்னைப் பார்த்து இப்படிக் கேட்கிறாய்" என்று வண்டின் அருகில் வந்து கூறிவிட்டு மூக்கைப் பொத்திக்கொண்டது பட்டாம்பூச்சி. பின்பு முகத்தை ஒரு பக்கமாகத் திருப்பிக் கொண்டது. அப்படியே அருகில் இருந்த ரோஜாப்பூவின் மீதும் அமர்ந்து கொண்டது.

"இதெல்லாம் நம்புகின்ற மாதிரி இருக்கின்றதா? நீ ஒரு சின்னப்பூச்சி.. நீ பொய் புளுகாதே" என்று கூறிவிட்டு, உருட்டிக்கொண்டு வந்த சாணி உருண்டையின் மீது ஏறி கால் மேல் கால் போட்டு உட்கார்ந்து கொண்டது சாணி வண்டு.

"கேவலம் விலங்குகளின் கழிவை உருட்டித் தின்னும் உனக்கு இவ்வளவு திமிரா?" என்று கூறிவிட்டு 'விர்' ரென்று பறந்து வெறொரு பூவின் நடுவில் வசதியாக அமர்ந்தது பட்டாம்பூச்சி.

கோபம் கொண்ட சாணி வண்டு, "சாணியை நாங்கள் உருட்டவில்லை என்றால் நீங்கள் இருக்க முடியாது. இந்தக் காடு இருக்க முடியாது. இந்த உலகத்தில் உள்ள யாருமே இருக்க முடியாது. அவ்வளவு ஏன் இந்த உலகமே உருளாது" என்று கால்களை ஆட்டியபடியே கூறியது சாணி வண்டு.

"சீ! தூரப் போ! நாத்தம்.. நாத்தம்.. உன்னோடு யாருமே பேச மாட்டார்கள்.. நான் நின்று பேசினேன் பாரு! இது என்னோட தப்பு! ஏண்டா யானைக்குத் தந்தங்கள் வெள்ளையாக இருக்கிறது என்று ஒரு நாள் யானையிடம் கேட்டார்களாம். நிலாவை வளைத்து கொம்பாக்கி வைத்திருக்கேன் என்று கூறியதாம் யானை. அந்தக் கதையாக இருக்கிறதே உன்னோட கதை. நீங்கள் இல்லை என்றால் உலகமே இருக்காதோ. போ.. போ! கிளம்பு.. கிளம்பு!" என்று கூறிப் பறக்க முயன்றது பட்டாம்பூச்சி.

"நில்லு! நில்லு! முழுமையாகக் கேட்காமல் போகிறாய், நீங்கள் இந்தக் காடு உருவாகக் காரணம் என்று சொன்னால் நம்பணும். ஆனால், நாங்கள் இல்லாமல் இந்த உலகம் சுழலாது என்று சொன்னால் நீங்க நம்ப மாட்டீர்களோ! நாங்க ஒரு நாட்டையே அழிவிலிருந்து காப்பாற்றி இருக்கிறோம் தெரியுமா?" என்று சாணி வண்டு கூறியவுடன் பறந்து சென்று கொண்டிருந்த பட்டாம்பூச்சி வேகமாக திரும்பி வந்து,

"என்ன என்ன. என்ன என்ன என்ன.. சொல்லு சொல்லு கேட்கிறேன். எந்த நாட்டை நீங்கள் காப்பாற்றினீர்கள்?!" என்று மூக்கைப் பொத்திக்கொண்டே பறந்தபடி கேட்டது பட்டாம்பூச்சி.

"ஐம்பது அறுபது வருடங்களுக்கு முன்பு ஆஸ்திரேலியாவில் விலங்குகளோட எண்ணிக்கை அதிகமாகி அதோட சாணம் அதிகமாகி விட்டது அப்போது...!"

"நிறுத்து! நிறுத்து! நீங்கள் எல்லாம் சேர்ந்துதான் சாணத்தை உருட்டி உருட்டி நம்ம நாட்டுக்கு எடுத்து வந்தீர்களா?" என்று கூறிவிட்டு வண்டை சுற்றிச் சுற்றிப் பறந்து ஹா.. ஹா.. என்று சிரித்தது பட்டாம்பூச்சி.

"கிண்டல் பண்ணாதே. நான் சொல்வதைக் கேள். அந்த சாணத்தை உருட்டி மண்ணுக்கு அடியில் கொண்டு செல்ல வண்டுகள் குறைவாக இருந்ததனால் சாணம் மலைபோல் குவிந்து விட்டதாம். அவர்களுக்கு என்ன செய்வதென்றே தெரியலையாம். பிறகு ஒரு அறிஞர்தான் அது பற்றி ஆராய்ச்சி செய்தார். அந்த ஆராய்ச்சியின் பயனால் வேறு வேறு நாட்டிலிருந்து எங்கள் இனத்தைச் சார்ந்தவர்களை அங்கு கொண்டு விட்டார்களாம். அதற்குப் பிறகு அந்தப் பிரச்சனை தீர்ந்ததாம் தெரியுமா? இப்பச் சொல்லு அந்த நாட்டை அழிவிலிருந்து காப்பாற்றியது யார்? நாங்கள்தானே?" என்று தன்னுடைய இறக்கைகளை ஆட்டி ஆட்டிக் கேட்டது சாணி வண்டு.

"ஓ சாணி அதிகமானா உலகம் அழிஞ்சிடுமா?" என்று கிண்டலாகக் கேட்டது பட்டாம்பூச்சி.

"ஆமாம் இதைப்பற்றித் தெரிஞ்ச யாரிடமாவது நீ சென்று கேள், நீ சின்னப் பாப்பா! உனக்கு ஒன்றும் தெரியாது" என்றது சாணி வண்டு.

"ஐம்பது அறுபது வருடங்களுக்கு முன்னாடி நடந்து உனக்கு மட்டும் எப்படித் தெரியும்?" என்ன கதை விடுறியா?" என்றது பட்டாம்பூச்சி.

"இந்தக் காடு எங்களால்தான் உருவாகுது என்று நீங்கள் சொன்னீர்களே, இதை யார் உங்களுக்குக் கூறினார்களாம்?" என்றது சாணி வண்டு.

"எனக்கு எங்கள் அம்மாதான் சொன்னார்கள்" என்றது பட்டாம்பூச்சி.

"எனக்கும் என்னோட அம்மாதான் சொன்னார். என் அம்மாவுக்கு அவர்களோட அம்மா சொன்னார். காலம் காலமா நடந்த எங்களைப்பற்றின வரலாற்றை எல்லாம் எங்களிடம் கதை கதையாகக் கூறுவார்கள். ஒரு இனத்தின் வரலாறு மிக முக்கியம் இல்லையா? எங்களுடைய கதைகளை தலைமுறை தலைமுறையாகக் கடத்திக்கொண்டே வருகிறார்கள். இது எங்களோட பெருமை. இதை நாங்கள் எப்படி மறக்க முடியும்? நானும் என் குழந்தைகளிடம் இந்தக் கதையைச் சொல்லித்தான் வளர்க்கிறேன் தெரியுமா?" என்றது முன்னங்கால்களை ஆட்டியபடி சாணி வண்டு.

"ஓஹோ! அப்படியா?" மன்னித்துக் கொள், நீ சாணி உருட்டிக்கொண்டு இருந்ததனால் நான் தப்பா நினைத்துவிட்டேன். அது சரி, உங்களால்தான் உலகமே உருளுது என்று சொன்னாயே, அது எப்படி?" என்று கேட்டது பட்டாம்பூச்சி.

"நாங்கள் இந்த சாணி உருண்டையை உருட்டி உருட்டி மண்ணுக்கு அடியில் கொண்டு சென்று வைக்கிறோம். அதைத்தான் நாங்கள் உணவாக எடுத்துக்கொள்கிறோம். அது ஒரு உரமாகப் பயன்படுகிறது. சாணத்தில் இருக்கின்ற மீத்தேன் வாயு அளவு குறைந்து பூமி வெப்பமடைவது குறைகிறது. நாங்கள் பூமியில் போடுகின்ற துளைகளால் பூமிக்கு காற்றோட்டம் கிடைக்கிறது. இதனால் செடிகள் நன்றாக வளர்கிறது. பூச்சிக்கொல்லி ஆகவும் உரமாகவும் கூட நாங்கள் உருட்டிய சாணியை பயன்படுத்துகிறார்கள்.

நாங்கள் என்றால் நாங்கள் மட்டுமல்ல, எங்களைப் போன்ற ஒவ்வொரு உயிரினமும் இந்த பூமி சுழலக் காரணமாக இருக்கின்றது" என்றது சாணி வண்டு.

"ஒருவர் செய்கின்ற வேலையை வைத்து எடை போடக் கூடாது. அதோட விளைவுகளைத்தான் பார்க்க வேண்டும் என்பதை உங்களிடம் இருந்து தெரிந்து கொண்டேன். என்னை மன்னித்துக் கொள்ளுங்கள். இனிமேல் யாரையும் நான் தப்பாக நினைக்க மாட்டேன்" என்றது பட்டாம்பூச்சி.

"என்ன செய்வது, பார்க்கப் 'பளப்பள'வென்று இருக்கின்ற பறவைகளையும் பூச்சிகளையும் விலங்குகளையும்தான் கொண்டாடுகிறார்கள். நாங்கள் எவ்வளவு உழைத்தாலும் எங்களுக்கு எந்த ஒரு மரியாதையும் கிடைப்பது இல்லை. எங்களை யாரும் புகழ்வதும் இல்லை, ஆனால் நாங்கள் அதையெல்லாம் எதிர்பார்ப்பதும் இல்லை. ஒவ்வொருவரும் நம்மைப் புகழவேண்டும் என்று நினைக்காமல் அவரவர் வேலையைச் செய்தாலே போதும்" என்று கூறியது சாணி வண்டு.

"சரி சரி... என் குழந்தைகள் இந்நேரம் எழுந்து இருப்பார்கள், நான் வரேன்" என்று சொல்லி சாணி வண்டியிடம் வந்து ஹைஃபை அடித்தபடி பறந்து சென்றது பட்டாம்பூச்சி.

"உலகமே உருளுது! என்னால சுழலுது!

டண்டன டண்டன! டண்டன டண்டன!"

என்று பாடியபடி சாணியை உருட்டிக்கொண்டே சென்றது சாணி வண்டு.

2

கதை வாசனை

"இந்தக் காட்டில் பறவைகள், விலங்குகள், சின்னச் சின்னப் பூச்சிகள், மரங்கள், செடி கொடிகள், ஆறு, நீர்வீழ்ச்சி மற்றும் அருவி இவை எல்லாம் ஆயிரம் கதைகளைச் சுமந்துகொண்டுதான் இருக்கின்றன" என்றார் கோவை சதாசிவம்.

அங்கிருந்த ஓடைத் தண்ணீரில் கால்களை வைத்து விளையாடியபடியே,

"அப்போ, இதோ இந்த தண்ணீருக்குக்கூட கதை இருக்கிறதா தாத்தா!"

என்று கேட்டபடியே தண்ணீரை தனது இரண்டு உள்ளங்கையையும் இணைத்து வைத்து கைகூப்பி ஏந்தியபடி கேட்டாள் குட்டி ஆராதனா.

"ஆமாண்டா செல்லமே! யாராவது இப்படிக் கேட்டீர்களா? அதுதான் குழந்தைகள்" என்று ஆராதனாவின் கன்னத்தை தட்டி தன் அன்பை வெளிப்படுத்தினார் கோவை சதாசிவம்.

"ஐயா! அவளை சாதாரணமாக நினைத்துவிடாதீர்கள்! கேள்வியால் துளைத்து எடுத்துடுவிடுவாள். இப்போது தான் காட்டுக்குள் வந்திருக்கிறோம். இந்த இரண்டு நாள் முடிந்து போகும்போது ஆயிரம் கேள்விகளுக்கு மேல் கேட்டிருப்பாள். நீங்கள் நன்றாக மாட்டிக் கொண்டீர்கள்" என்றார் ஆராதனாவின் அம்மா மாதவி.

"அம்மாடி மாதவி! எந்தக் குழந்தையையுமே நான் சாதாரணமா நினைத்தது இல்லை. பதில் சொல்லி சந்தேகத்தைத் தீர்க்கத்தானே உங்களை இங்கே அழைத்து வந்து இருக்கேன்.

கேள்வி கேட்டதும் குழந்தைகளை அதிகப்பிரசங்கி என்றோ, தொணதொணவென்று பேசாதே என்றோ அடக்கி வைப்பதற்கு இது பள்ளிக்கூடமும் இல்லை. நான் வாத்தியாரும் இல்லை. இது வீடும் இல்லை. நான் உங்களை மாதிரி பெற்றோரும் இல்லை. கேள்விகள் கேட்கட்டும்" என்றார் கோவை சதாசிவம்.

"சரி சரி தாத்தா! இந்தத் தண்ணீர் எப்படிக் கதை சொல்லும்? அதற்கு வாய் இருக்கிறதா?" என்று கைதட்டி சிரித்தபடி கேட்டாள் ஆராதனா.

"வாய் இருக்கே" என்றார் கோவை சதாசிவம் .

"இருக்கா! எங்கே தாத்தா?" என்றாள் ஆராதனா.

"தண்ணீர் ஓடும்போது 'தலக் புலக்' என்று சத்தம் வருகிறதா?"

"ஆமாம் தாத்தா"

"அது சத்தம் இல்லை. கதை சொல்லிக்கொண்டு இருக்கிறது."

"அப்போ, அந்த மரம் எப்படிக் கதை சொல்லும்? போங்க தாத்தா நீங்க. இதெல்லாம் நம்புகிற மாதிரியா இருக்கிறது?" என்று சிரித்தபடியே கேட்டாள் ஆராதனாவின் அருகில் அமர்ந்திருந்த வினோதா.

"அது காற்றில் அசைந்து அசைந்து வளைந்து நெளியும்போது 'சளீர் சளீர்' என்று சத்தம் வருகிறதா?" என்று கோவை சதாசிவம் ஐயா கேட்டவுடன்,

அங்கிருந்த மரங்களையே சுற்றிச் சுற்றிப் பார்த்த ஆராதனாவும் மற்ற குழந்தைகளும்

"ஆமாம் தாத்தா! அப்போ அதுவும் கதை சொல்லுகிறதா?" என்று கேட்டான் விஜயன்.

"அப்ப காடு முழுவதும் கதை இருக்கிறதா தாத்தா?" என்று கேட்டான் மிதுன்.

இப்படி கோவை சதாசிவத்தைக் கேள்விகளால் துளைத்து எடுத்தார்கள் குழந்தைகள்.

"கதைகள் தினமும் காடுகளில் சொல்லப்பட்டுக் கொண்டே இருக்கின்றன" என்றார் கோவை சதாசிவம்.

"யார் கேக்கிறார்கள் தாத்தா?" என்று ஆர்வமாகக் கேட்டான் அஜய்.

"மரங்களோட கதைகளை ஆறுகள் கேட்கும். பறவைகள் கேட்கும். விலங்குகள் கேட்கும். பறவைகளோட கதைகளை செடிகள் கேட்கும். பூச்சிகள் கேட்கும். இப்படி யார் கதையை யார் வேண்டுமென்றாலும் கேட்பார்கள். நமக்கு என்ன கண்ணு தெரியும். ஆனால் எல்லாக் காதுகளும் திறந்து தான் கிடக்கும். காடு முழுவதும் கதைகளோட வாசம் எப்பவுமே வீசிக்கொண்டே இருக்கும். சிறிது நாள் நாமும் இந்தக் காட்டில் வாழ்ந்தோம் என்றால் அவைகளோட கதைகள் நம் காதுகளுக்கும் கேட்கும். நான் ஒவ்வொரு முறை வரும்போது ஆயிரம் கதைகளை இங்கிருந்து அள்ளிக்கொண்டு போவேன்" என்று கூறிவிட்டு, ஆராதனாவின் பக்கத்தில் வந்து அமர்ந்தார் கோவை சதாசிவம்.

"அப்போ நாங்கள் இங்கிருந்து போகும்போது கூட நிறைய கதைகள் கிடைக்குமா தாத்தா?" என்று ஆர்வமாகக் கேட்டாள் ஆராதனா.

"கண்டிப்பாக, நான் எழுதின புத்தகங்கள் எப்படி வந்தது என்று நினைக்கிறீர்கள்? காடுகள் கொடுத்தது தான். நீங்கள் இந்த இரண்டு நாளில் எத்தனை எத்தனை கதைகளைக் கேட்கப்போகிறீர்கள் என்று பாருங்கள்" என்று கூறினார். பின்பு வினோதாவின் தலையைத் தடவி,

"சரி, வாருங்கள்! எல்லாரும் மேலே போகலாம். இன்னும் கொஞ்ச தூரம் போக வேண்டி இருக்கிறது. அங்கே கொஞ்சம் ஓய்வு எடுத்துவிட்டு மத்திய சாப்பாடு முடித்துவிட்டு கிளம்பலாம்" என்று கூறிவிட்டு நடக்க ஆரம்பித்தார் கோவை சதாசிவம். அவரைச் சுற்றி அமர்ந்திருந்த 70க்கும் மேற்பட்ட ஆண்கள், பெண்கள் மற்றும் குழந்தைகள் கோவை சதாசிவத்தைப் பின்தொடர்ந்தார்கள்.

கோவை சதாசிவம் ஒரு சூழலியலாளர். எழுத்தாளர். மாதா மாதம் காடறிதல் நிகழ்ச்சியின் மூலமாக காடுகளுக்கு ஏராளமான மக்களை குழுவாக அழைத்து வந்து காடுகளுக்குள் இருக்கும் பறவைகள், விலங்குகள், சிறு பூச்சிகளின் வாழ்க்கை முறைகள், காட்டின் அவசியம் மட்டுமின்றி அபூர்வமான தகவல்களையும் கூறுவார்.

இதுவரை ஆயிரக்கணக்கான மக்களைக் காடறிதல் நிகழ்ச்சியில் காடுகளுக்கு அழைத்து வந்திருக்கிறார்.

சற்று தூரம் சென்றவர்கள் ஓர் இடத்தில் அமர்ந்து ஓய்வெடுத்துவிட்டு மதிய உணவை சாப்பிட்டுவிட்டு

கிளம்பத் தயாரானார்கள். அப்பொழுது திடீரென ஆராதனாவைக் காணவில்லை.

"இங்கேதானே இருந்தாள்.. எங்கே போய் இருப்பாள்?" என்று ஆராதனாவின் அம்மா மாதவி பதட்டமடைந்தார். அங்கு இருந்தவர்களிடமும் பதற்றம் தொற்றிக்கொண்டது. ஒவ்வொருவரும் தன்னுடைய குழந்தைகளைத் தேடினார்கள். குழந்தைகள் அனைவரும் இருந்தார்கள். ஆராதனாவை மட்டும் காணவில்லை. எல்லோரும் காட்டுக்குள் தேட ஆரம்பித்தார்கள்.

"பயப்படாதீர்கள். குழந்தை ஏதாவது புதிதாகப் பார்த்திருப்பாள். அதையே பார்த்து நின்றிருப்பாள். இந்த இடத்தில் எந்தவித ஆபத்தான விலங்குகளோ, பறவைகளோ, பூச்சிகளோ இருக்க வாய்ப்பில்லை. எவ்வளவு முறை நான் இந்த இடத்திற்கு வந்திருக்கிறேன். தைரியமாக இருங்கள், ஆராதனாவைக் கண்டுபிடித்து விடலாம்" என்று கூறினார் கோவை சதாசிவம்.

அனைவரும் தேட ஆரம்பித்தார்கள்.

சற்று நேரத்தில் ஒரு பட்டாம்பூச்சியைத் துரத்தியபடி அங்கு வந்து சேர்ந்தாள் ஆராதனா.

ஆராதனாவைப் பார்த்த மாதவி கட்டி அணைத்து முத்த மழை பொழிந்தார். கண்களில் வழிந்த கண்ணீர் ஆராதனாவின் தோள்பட்டையை நனைத்தது.

"அம்மா ஏன் அழற?" என்று அம்மாவின் கண்களைத் துடைத்தபடி கேட்டாள் ஆராதனா.

"நீ எங்க போனாய்? நான் ரொம்ப பயந்து விட்டேன். ஏன் சொல்லாமல் போனாய்?" என்று கேட்டார் மாதவி.

"அம்மா! இந்தப் பட்டாம்பூச்சியைத் துரத்திக் கொண்டே போனேனா... எனக்கு எங்க போனேன் என்று தெரியவில்லை. கொஞ்ச நேரத்தில் பட்டாம்பூச்சி எனக்கு ரொம்ப ஃப்ரண்டாகிவிட்டது. என்னோட பேச ஆரம்பித்தது. 'வழி மறந்து விட்டேன்' என்று சொன்னேன். சுற்றிச் சுற்றி கொஞ்ச நேரம் பறந்த பட்டாம்பூச்சி வேகமாகப் பறக்க ஆரம்பித்தது. அதற்குப் பின்னாடியே ஓடிவந்தேன். நீங்கள் இருக்கின்ற இடத்திற்கு வந்துட்டேன்" என்று சொல்லிவிட்டு ஹா ஹா ஹா என்று சிரித்தாள்.

"என்னது, பட்டாம்பூச்சி வழிகாட்டியதா?" என்று அங்கிருந்த சுட்டி வாண்டு வினோத் கேட்டான்.

"ஆமாம், வழி மட்டும் காட்டவில்லை. வரும் வழியில் ஒரு கதைகூடச் சொல்லியது தெரியுமா?" என்று வினோத்தைப் பார்த்துச் சொன்னாள் ஆராதனா.

எல்லோரும் ஆராதனா சொல்வதை அப்படியே கேட்டுக்கொண்டிருந்தார்கள்.

"என்ன, நீயும் தாத்தா மாதிரி சொல்றே? நிஜமாதான் சொல்கிறாயா? சும்மா கதைவிடாதே" என்று அவள் அருகில் வந்து தனது இடுப்பால் இடித்தாள் நிரஞ்சனா.

"பாருங்க தாத்தா! நம்ப மாட்டேங்கிறாங்க. நீங்களே சொல்லுங்கள்?" என்று கோவை சதாசிவம் ஐயாவைப் பார்த்துக் கேட்டாள் ஆராதனா.

"சரி, எல்லாரும் கொஞ்சம் இங்கே உட்காருங்கள். பட்டாம்பூச்சி என்னதான் கதை சொல்லியது என்று ஆராதனா நமக்குச் சொல்லட்டும். அதைக் கேட்டதுக்கு பிறகு நாம் இங்கிருந்து கிளம்பலாம்" என்று கோவை சதாசிவம் கூறினார். அனைவரும் அந்த இடத்திலேயே அமர்ந்தார்கள்.

"கதையா... அதுவா..." என்று இழுத்து இழுத்துப் பேசிவிட்டு.

ஒரு நிமிடம் யோசித்துவிட்டு,

"சரி சரி, சொல்கிறேன்" என்று கூறி கதையைத் தொடங்கினாள் ஆராதனா.

"பட்டாம்பூச்சியிடம் உன்னோட நிறம் எப்படி வந்தது?" என்று நான் கேட்டேன்.

ரொம்ப வருடங்களுக்கு முன்னாடி அவர்களுக்கு நிறமே கிடையாது. அப்போ வனதேவதையிடம் சென்று நிறம் வேண்டும் என்று அவர்கள் எல்லோரும் கேட்டார்களாம்.

"அடடா! என்னிடம் இருந்த நிறங்களைப் பறவைகளுக்கும் விலங்குகளுக்கும் மரம், செடி கொடிகளுக்கும் எல்லாருக்கும் கொடுத்து விட்டேனே. இப்போ எந்த நிறமும் என்னிடம் இல்லையே. நீங்கள் யாரிடமாவது நிறத்தை வாங்கி வாருங்கள். நான் அதை உங்களுக்கு ஒட்டி விடுறேன்." என்றதாம் வனதேவதை. பட்டாம்பூச்சிகளும் செடி கொடிகள், பூ, காய்கள், பறவைகள் மற்றும் விலங்குகள் இப்படி எல்லாவற்றிடமும் கேட்டார்களாம். யாருமே கொடுக்கவில்லையாம்."

"அடடே! கதை ரொம்ப நல்லா இருக்கே. அப்புறம் என்ன ஆயிற்று?" என்று ஆர்வத்தோடு கேட்டபடியே ஆராதனாவின் அருகில் அமர்ந்து ஆராதனாவையே பார்த்தபடி கேட்டாள் வினோதா. அங்கு அமர்ந்திருந்த அனைவரும் ஆராதனாவின் கதையை ஆர்வமுடன் கேட்டுக்கொண்டிருந்தார்கள்.

"பட்டாம்பூச்சிகள் ரொம்ப நாள் எல்லாரிடமும் கேட்டுக் கேட்டு அலைந்தார்களாம். ஒரு நாள் சாயங்கால நேரம் மழை வருவது மாதிரி ஆனதாம். மேகம் ரொம்பக் கருப்பாக மாறியதாம். அந்த நேரம் பார்த்து வானவில் வந்ததாம்.

'நாம் வானவில்லிடம் நிறங்களைக் கேட்கலாம்' என்று ஒரு குட்டிப் பட்டாம்பூச்சி கூறியதாம்.

'நீ சொல்கிற யோசனை சரியா இருக்கிறதே, வானவில்லிடம் ஏராளமான நிறங்கள் இருக்கின்றன. கண்டிப்பாக கேட்கலாம் கேட்கலாம் என்றனவாம் மற்ற பட்டாம்பூச்சிகளும்..."

பின்னர் வானவில்லிடம் சென்று கேட்டார்களாம். உடனே வானவில், நிறங்களை பட்டாம்பூச்சிகளுக்கு கொடுத்ததாம். பட்டாம்பூச்சிகள் வானவில்லின் வண்ணங்களை வன தேவதையிடம் கொண்டு கொடுத்தார்களாம். வன தேவதை வானவில்லில் இருக்கின்ற வண்ணங்களைக் கலந்து கலந்து பட்டாம்பூச்சிகளுக்கு ஒட்டி விட்டார்களாம். பட்டாம்பூச்சிகளுக்கு நிறங்கள் வந்ததாம்" என்று கூறி,

"என்ன தாத்தா! நான் சொல்வது சரிதானே?" என்று கோவை சதாசிவத்தைப் பார்த்து சிரித்துக்கொண்டே கேட்டாள் ஆராதனா. அங்கிருந்த அத்தனை பேரும் கைதட்டி ஆமோதித்தார்கள்.

காட்டிற்கு ஒரு புதிய கதை கிடைத்தது. காட்டிற்கு இந்தக் கதையின் வாசனை பிடித்திருந்தது. லேசான மழைத் தூறலில் மண்வாசனையோடு கதை வாசனையும் கலந்து வீசியது.

3

பாலைவனப் புழுதி

கௌதம், அருண், சபரி, அபித்யா, ஆசிரா அனைவரும் நண்பர்கள். ஒரே பள்ளி. ஒரே வகுப்பு. அருகருகில் வீடு. எங்கு சென்றாலும் சேர்ந்தே செல்வார்கள்.

அன்று அவர்கள் பள்ளியில் ஓர் அறிவிப்பு வந்தது. 'இந்த வருடம் வானவில் மன்றம் நடத்தும் போட்டியின் தலைப்பு பாலைவனம், கடல், காடு, இந்த மூன்று தலைப்புகள். இந்த மூன்றில் ஏதோ ஒரு தலைப்பில் உங்களுடைய செயல் திட்டத்தை வருகின்ற 25ஆம் தேதிக்குள் ஒப்படைக்க வேண்டும். இது ஒரு குழு செயல்பாடு. இந்தக் குழு செயல்பாட்டில் ஐந்து முதல் ஏழு நபர்கள் வரை இருக்கலாம்.'

இந்த அறிவிப்பு வந்தவுடன் பள்ளி முழுவதும் இது பற்றிய பேச்சாகவே இருந்தது. கௌதம், அருண், சபரி, அபித்யா, ஆசிரா எல்லோரும் ஒன்று சேர்ந்து எந்தத் தலைப்பைத் தேர்ந்தெடுக்கலாம் என்று பேசிக் கொண்டிருந்தார்கள். ஆசிரா,

"பாலைவனம் எடுக்கலாம்" என்று கூறியபோது அனைவரும் சிரித்தார்கள்.

"ஏன் சிரிக்கிறீர்கள்?" என்று கேட்டாள் ஆசிரா.

"பாலைவனத்தைப்பற்றி பேச என்ன இருக்கிறது? அதன் மூலம் என்ன நன்மை இருக்கிறது? நாம் ஒரு

செயல்திட்டம் செய்தோம் என்றால் அது ஏராளமான நன்மைகளை கொடுக்க வேண்டும். அதைப்பற்றிப் பேச ஏராளமாக இருக்க வேண்டும்" என்று கூறினான் சபரி.

"நீங்கள் அப்படிப் பார்க்கிறீர்கள். ஆனால் நான் வேறு விதமாகப் பார்க்கிறேன். யாரும் செய்யத் தயங்கும் ஒரு விஷயத்தை நாம் செய்ய வேண்டும். அதற்குள் இருக்கும் நன்மைகளை நாம் கண்டறிவோம்" என்றாள் ஆசிரா.

பெரும் வாக்குவாதம் நடந்தது. இன்று சனிக்கிழமைதானே? நாம் அரசினாமலை சென்று வைத்தியர் தாத்தாவிடம் இதுபற்றி பேசிக் கொள்ளலாம் என்று ஒருமனதாக முடிவு செய்யப்பட்டது. பள்ளி விட்டதும் ஐவரும் வழக்கம்போல அரசினாமலைக்கு அடிவாரத்தில் இருக்கும் கருப்புசாமி மாமாவின் தோட்டத்தில் மிதிவண்டிகளை நிறுத்திவிட்டு மலையை நோக்கி நடக்க ஆரம்பித்தார்கள்.

போகும் வழியில் அங்கிருந்த மரம் செடி கொடி இவற்றைப்பற்றி எல்லாம் பேசிக்கொண்டே சென்றார்கள்.

"இப்படி காடுகளைப்பற்றிப் பேச எத்தனை இருக்கிறது? இதை நம்முடைய செயல் திட்டமாக எடுத்துக்கொண்டால் நாம் தான் நிச்சயம் வெற்றி பெறுவோம். இந்த வருடம் வெற்றி பெற்று வெளிநாடு சென்றே ஆக வேண்டும்" என்று கூறினான் அருண்.

"கூற ஏராளம் இருக்கிறது. ஆனால், புதிதாக என்ன இருக்கிறது? எல்லோரும் இதைப்பற்றிதான்

கூறுவார்கள். ஆசிரா சொன்ன பிறகுதான் நானும் யோசித்தேன். பாலைவனம் பற்றியே நாம் ஒரு செயல் திட்டம் செய்வோம்" என்றாள் அபித்யா.

"சரி சரி, மீண்டும் வாக்குவாதம் எதற்கு? தாத்தாவிடமே கேட்டுக்கொள்ளலாம்" என்று கெளதம் கூறியவுடன் ஐவரும் மலை உச்சியை அடைந்திருந்தார்கள். தாத்தா குடிசையின் முன்பு இருந்த திண்ணையில் அமர்ந்து சாவ்பாடி என்ற புத்தகத்தை வைத்து வாசித்துக் கொண்டிருந்தார். இவர்களைப் பார்த்ததும்,

"அடடா! கண்மணிகளா! என்ன இத்தனை தூரம்? இவ்வளவு நாட்களாக ஏன் வரவில்லை?" என்று கேட்டார் தாத்தா.

"அரையாண்டு விடுமுறை. நாங்கள் ஊருக்குச் சென்றுவிட்டோம் தாத்தா!" என்று கூறினான் கெளதம்.

"சரி சரி, வாங்க... நான் இப்போதுதான் தேன்கூட்டில் இருந்து தேனை எடுத்து வைத்திருக்கிறேன்" என்று கூறி தேனை எடுத்துக்கொண்டு வந்து ஒவ்வொருவரின் உள்ளங்கையிலும் ஊற்றினார். அனைவரும் நாவால் நக்கி நக்கிச் சாப்பிட்டு முடித்துவிட்டு தாத்தாவின் அருகில் அமர்ந்தார்கள். திண்ணையில் வைத்திருந்த புத்தகத்தை கையில் எடுத்து,

"சாவ்பாடியா? இது என்ன புத்தகம் தாத்தா?" என்று கேட்டாள் ஆசிரா.

"இது பெண்களுக்கு இருக்கும் மாதவிடாய் பிரச்சனைகள், மார்பகப் புற்றுநோய் இவற்றைப்பற்றி இரண்டு பெண்கள் எழுதிய புத்தகம். சமீபத்தில்தான் வெளிவந்தது. இப்பொழுதுதான் வாசிக்க ஆரம்பித்து இருக்கிறேன். அடுத்த முறை வரும்பொழுது இது பற்றி உங்களுக்கு கூறுகிறேன்."

"சரி தாத்தா! எங்கள் பள்ளியில் வானவில் மன்றத்தின் போட்டி அறிவித்திருக்கிறார்கள். ஒரு செயல்திட்டம் ஒன்று உருவாக்க வேண்டும். அது காட்டைப்பற்றியோ கடலைப்பற்றியோ, பாலைவனம் பற்றியோ இருக்கலாம். எதைப்பற்றி எடுத்துக்கொள்ளலாம் தாத்தா?" என்று கேட்டான் கௌதம்.

"மூன்றுமே அருமையான தலைப்பு. எதை வேண்டுமானாலும் எடுக்கலாம். நீங்கள் எதை எடுக்க வேண்டும் என்று நினைக்கிறீர்கள்?" என்று கேட்டார் தாத்தா.

"தாத்தா! நான் காடு எடுக்கலாம் என்று நினைக்கிறேன்" என்றான் வேகவேகமாக சபரி.

"இல்லை தாத்தா! நான் கடல் எடுக்கலாம் என்று நினைக்கிறேன்" என்றான் கௌதம்.

அபித்யாவும் ஆசிராவும் வேகவேகமாக,

"தாத்தா! இதைப்பற்றி எல்லோருமே செய்வார்கள் தாத்தா! நாம் பாலைவனம் பற்றிதான் ஒரு செயல் திட்டம் உருவாக்க வேண்டும்" என்றார்கள்.

"அடடா! இது ரொம்ப வித்தியாசமாக இருக்கிறதே? நல்ல யோசனை. கண்டிப்பாக பாலைவனம் பற்றியே எடுக்கலாம்" என்றார் தாத்தா.

"பாலைவனம் பற்றி என்ன இருக்கிறது? ஒன்றுமே இல்லை. அதைப்பற்றி செய்து எப்படி நாம் வெற்றி பெற முடியும்?" என்று கேட்டான் கௌதம்.

"தாத்தா! பாலைவனத்திலேயே இரண்டு வகை இருக்கிறது. ஒன்று, பனிப் பாலைவனம்... இன்னொன்று மணல் சார்ந்த பாலைவனம். பனிப் பாலைவனம்

உருகுவதனால்தான் கடல் மட்டம் உயர்கிறது என்று நான் எங்கோ படித்திருக்கிறேன்" என்றாள் ஆசிரா.

"அடடா.. அருமை! அருமைடா! சரி, வேறு என்ன படித்திருக்கிறாய்?"

"என்னது, பனிப் பாலைவனமா? பனியில் எல்லாம் பாலைவனம் கிடையாது" என்றான் முகத்தைத் திருப்பிக்கொண்டு அருண்.

"அது பாலைவனம்தான். நான் அப்படித்தான் படித்திருக்கிறேன். அது மட்டும் இல்லை. 70% எண்ணெய்க் கிணறுகள் பாலைவனத்தில்தான் இருக்கின்றன" என்றான் கௌதம்.

கௌதமை திரும்பிப் பார்த்து சிரித்துக் கொண்டே,

"கௌதம் கூறுவது உண்மைதான் அருண். நானும் படித்திருக்கிறேன்" என்றாள் ஆசிரா.

"தாத்தா! நீங்களே கூறுங்கள். இவை மட்டும் போதுமா? ஒரு செயல்திட்டம் செய்யும்பொழுது அவை சார்ந்து ஏதாவது புதுமையாக இருக்க வேண்டும். நிறைய நன்மைகள் தருவதுபோல் இருக்க வேண்டும். கூறுவதற்கு ஏராளமான செய்திகள் இருக்க வேண்டும் தானே? அப்போதுதானே அந்தச் செயல்திட்டத்தைப் பற்றி சுலபமாக விளக்கம் முடியும்?" என்று கேட்டான் சபரி.

"சரியாக சொன்னாய் சபரி! விளக்குவதற்கு சுலபமாக ஏராளமான செய்திகள் இருந்தால் மட்டுமே போதாது. பெரும்பாலும் யாரும் அறியாத புதிய செய்தியாகவும் இருக்கவேண்டும்."

"பாலைவனத்தைப்பற்றி அப்படி ஏதேனும் செய்தி

இருக்கிறதா தாத்தா?" என்று ஆர்வமாகக் கேட்டான் கௌதம்.

"பாலைவனத்தால்தான் அமேசான் காடுகள் உள்ளிட்ட பல காடுகள் செழித்து வளர்கின்றன. இந்த உண்மை ஆராய்ச்சியின் வழியாகச் சமீபத்தில்தான் கண்டுபிடிக்கப்பட்டது.

"என்னது! பாலைவனம் மூலம் காடுகள் செழிப்பாக வளர்கிறதா?" இதெல்லாம் நம்புகின்ற மாதிரி இருக்கிறதா தாத்தா? பொய் சொன்னாலும் பொருந்தச் சொல்லணும் தாத்தா!" என்றான் சபரி.

"உண்மைதான். முதலில் இதைக் கேட்பவர்களுக்கு சந்தேகம் வரும். ஆனால் சமீபத்திய ஆராய்ச்சி இப்படித்தான் கூறுகிறது. அமேசான் உள்ளிட்ட காடுகளில் தொடர்ந்து மழை பெய்வதால் அந்த மழை நீரால் பாஸ்பரஸ் அடித்துச் செல்லப்படுகிறது. மரங்களின் வளர்ச்சிக்கு பாஸ்பரஸ் மிகவும் முக்கியம். இந்த பாஸ்பரஸ் பாலைவன மணலில் இருக்கிறது. பாஸ்பரஸ் மட்டும் இல்லை, இரும்பு நைட்ரஜன் உள்ளிட்ட ஏராளமான தாதுக்கள் இருக்கின்றன. இவை அந்த மரங்கள், செடி கொடிகள் வளர்ச்சிக்கு உதவுகின்றன" என்றார் தாத்தா.

"தாத்தா! பாலைவனம் எங்கோ இருக்கிறது. அமேசான் மாதிரியான காடு எங்கோ இருக்கிறது. அங்கிருந்து எப்படி அவ்வளவு தூரம் போக முடியும்?" என்று அழுத்திக் கேட்டான் சபரி.

"அதானே. எப்படி வர முடியும்?" என்று யோசனையோடு கேட்டாள் அபித்யா.

"வேறு எப்படி? பெரிய சுழல்போல் காற்று வீசுகிறது

அல்லவா! இந்தக் காற்றுதான் அப்படியே காற்றோடு சேர்ந்து புழுதியாக அமேசான் காட்டை அடைகிறது."

"வாவ் தாத்தா! இது ஒரு மேஜிக் மாதிரி இருக்குதே தாத்தா" என்றான் கௌதம்.

"மேஜிக் என்றுகூட வைத்துக்கொள்ளலாம். வரும் வழியில் கடல் இருக்கும், கடல் மீது படியும் புழுதி கூட கடலில் இருக்கும் உயிரினங்களுக்குப் பயன்படுகின்றன" என்று பதில் அளித்தார் தாத்தா.

"விட்டால் நாம்கூட இந்தப் புழுதியினால்தான் உயிர் வாழ்கிறோம் என்றுகூட சொல்லுவீர்கள்போல தாத்தா!" என்றான் நக்கலாக சிரித்தபடியே அருண்.

"அப்படிக்கூடச் சொல்லலாம். கடலில் சூரிய ஒளி செல்லும் மேல்மட்டப் பகுதியில் ஒளிச்சேர்க்கை மூலம் உயிர் வாழும் பைட்டோபிளாங்டோன் என்கிற நுண்ணுயிர்க் கூட்டத்திற்கு இரும்புச்சத்து அவசியம் தேவை. இந்த இரும்புச்சத்தைத்தான் கடல் மட்டத்திற்கு மேலே படிந்திருக்கும் புழுதியில் இருந்து எடுத்துக் கொள்கிறது."

"இதன் மூலமாக நமக்கு என்ன தாத்தா பயன்?"

"இது ஒளிச்சேர்க்கையின் மூலம் வளிமண்டத்தில் இருக்கும் கரியமில வாய்வை உறிஞ்சி புவி வெப்பமடைதலைத் தடுக்கிறது.

புவி வெப்பமடைந்தால் நமக்குப் பிரச்சனைதானே? அப்படி என்றால் இந்தப் புழுதி நமக்கும்தானே உதவுகிறது?" என்று சொன்னார் தாத்தா.

"அட்டகாசம் தாத்தா! இந்தப் புழுதி செயல்திட்டம் செய்தால் நம்மதான் தாத்தா ஜெயிப்போம்" என்றான் சபரி.

"கண்டிப்பாக செயல்திட்டத்திற்குப் பாலைவனத்தை எடுத்துக்கொள்ளலாம். இதுபோன்ற புழுதி, கடல், பாலைவனம், காடு போன்று வடிவமைத்து விளக்கம் கொடுக்கலாம். அவர்கள் சொன்ன மூன்று தலைப்புகளும் உள்ளே வரும். ஆனால் நாம் பாலைவனம் பற்றி மட்டும் கூறுவோம். இது மிகவும் வித்தியாசமாக இருக்கும்" என்று கூறினாள் ஆசிரா.

"மிக அருமையான யோசனை! ரொம்ப மகிழ்ச்சி தாத்தா! தாத்தான்னா தாத்தாதான்" என்று தாத்தாவைக் கட்டிக்கொண்டான் கௌதம்.

"பொதுவாகவே இயற்கையின் படைப்பில் எதுவுமே தேவையில்லை என்று கூறிவிட முடியாது. ஒவ்வொன்றும் படைத்ததற்கான அர்த்தம் இருக்கிறது." என்று கூறிய தாத்தா உள்ளிருந்து மயிலிறகுக் கொத்தை எடுத்து வந்து ஒவ்வொருவருக்கும் கொடுத்தார்.

"தாத்தா! மயிலே மயிலே என்றால் இறக்கு போடாது என்று சொல்வார்கள். நீங்கள் அந்த மயிலிடம் இருந்து இறக்கைகளைப் பிடுங்கி எடுத்துவிட்டீங்களா?" என்று சிரித்துக்கொண்டே கேட்டான் சபரி.

"இல்லடா கண்ணா! இந்தப் பக்கம் நிறைய மயில் வரும். அங்கங்கு அதோட இறகுகள் விழுந்து கிடக்கும். அதை எடுத்து வைத்திருந்தேன்" என்று கூறினார் தாத்தா. அந்த நேரம் மழை தூற ஆரம்பித்தது.

"மழை வலுவாக வருவதற்குள் வீடு போய் சேருங்கள் கண்ணுகளா!" என்று தாத்தா கூற... ஐவரும் மெதுவாக மலையிலிருந்து இறங்க ஆரம்பித்தார்கள்.

◼

4
லைப் ஆப் ட்ரீ

மதுவும் வினீத்தும் இரண்டு நாட்களாக அடுத்த வாரம் செல்லவிருக்கும் சுற்றுலா பற்றியே பேசிக் கொண்டிருந்தார்கள். முதல் முறையாக பாலைவனத்தைப் பார்க்கும் ஆர்வம். பாலைவனம் பற்றி பல்வேறு காணொளிகளைப் பார்த்தார்கள். புத்தகங்களில் பாலைவனம் பற்றி படித்தார்கள்.

சுற்றுலா செல்லும் நாள் வந்தது. மது, வினீத், அம்மா அப்பா நால்வரும் மகிழ்வோடு கிளம்பினார்கள். முதல் முறையாக விமானப் பயணம் ஜன்னலோர இருக்கையில் மேகங்களின் உள்ளே புகுந்தபோது வானத்தை எட்டி விட்டோம் என்று மகிழ்ச்சியடைந்தார்கள். எல்லாம் புதிதாக இருந்தது.

பஹ்ரைன் நாட்டில் ஒரு வாரம் தங்கினார்கள். புதிய இடங்கள், புதிய மனிதர்கள், புதிய மொழி எல்லாமே புதிதாக இருந்தது. அவர்கள் எல்லாவற்றையும் ஆச்சரியமாகவும் அதிசயமாகவும் பார்த்துக்கொண்டே வந்தார்கள்.

சுற்றி முடித்துக் கடைசி நாள் ட்ரீ ஆப் லைப் என்ற இடத்திற்குச் செல்ல ஏற்பாடு செய்யப்பட்டு இருந்தது. இந்த இடத்தில் இருக்கும் மரத்தைப்பற்றி ஆசிரியர் பள்ளியில் கூறியது நினைவுக்கு வந்தது. மன்னா என்ற நகரில் இருந்து வெகுதூரம் பயணம் என்பதால் ஒட்டகங்கள் ஏற்பாடு செய்திருந்தார்கள். முதல்

முறையாக ஒட்டகத்தைப் பார்த்த மதுவும் வினீத்தும் தொட்டுத் தொட்டு மகிழ்ந்தார்கள். ஒட்டகம் மீது ஏறும்போது,

"ஒட்டகம் பாவம் வினீத்! அதற்கு வலிக்கும்தானே" என்று கேட்டாள் மது.

"அதெல்லாம் வலிக்காது மது! அது பழகி இருக்கும்" என்றான் வினீத்.

"எப்படி அப்படிச் சொல்கிறாய்? இவ்வளவு பேர் ஏறினால் அதற்கு வலிக்கும்தானே?" என்றாள் மது.

"நாம் முதல்முதலாகப் பள்ளிக்கூடம் போகும்போது அழுதுகொண்டுதானே போனோம்? பிறகு, அழுகையை நிறுத்திட்டோம். பேக் தூக்கிக்கொண்டு போவதற்குக் கஷ்டமாகத்தானே இருந்தது? பிறகு, பழகிவிட்டது இல்லையா? அந்த மாதிரிதான்" என்று சிரித்துக் கொண்டே கூறினான் வினீத்.

"ஆனாலும் பாவம்டா!" என்று கூறிவிட்டு மேலே ஏறி அமர்ந்தவுடன் ஒட்டகத்தைத் தடவித் தடவி,

"வலிக்கிறதா? வலிக்கிறதா?" என்று வழி நெடுகிலும் கேட்டுக்கொண்டே வந்தாள் மது. அவர்கள் இறங்க வேண்டிய இடமான ட்ரீ ஆப் லைப் வந்தது. அந்த ஒற்றை மரத்திற்காகத்தான் அவ்வளவு தூரம் பயணம். மிகப்பெரிய மரமாக அது இருந்தது. அதன் அருகில் சென்று நின்று "இந்த மரத்திற்குத் தானே நானூறு வயது?" என்று தன் அம்மாவிடம் கேட்டாள் மது.

"ஆமாம்! மது! இதேபோன்ற மரம் நமது ஊரில் தஞ்சாவூர் கோவிலில் இருக்கிறது என்று நான் படித்தேன்" என்று கூறிவிட்டு மரத்தைச் சுற்றிப்

பார்த்தார்கள். மெதுவாக மரத்தின் மீது கையை வைத்து நீவி விட்டு பிறகு மரத்தைக் கட்டி அணைத்தாள் மது.

"அம்மா இதுக்கு தண்ணி எங்க இருந்து கிடைக்கும்?" என்று கேட்டாள் மது.

"அதுதான் ஆச்சரியமாகவும் புரியாத புதிராகவும் இருக்கிறது. 50 அடிக்குக் கீழே வேர்கள் சென்று தண்ணீர் எடுக்கிறது, காற்றோட ஈரப்பதத்தை எடுத்துக் கொள்கிறது என்று சொல்கிறார்கள். இங்கே இருக்கின்ற மணலை உடைத்து அதற்குள் இருக்கின்ற தண்ணீரை எடுத்துக்கொள்ளுமாம். ஆனால் எது உண்மை என்று தெரியவில்லை" என்றார் அம்மா.

மரத்தைக் கட்டி அணைத்துக்கொண்டிருந்தபோது மரத்தின் உள்ளே இருந்து ஒரு குரல் கேட்டது. அதை உற்றுக் கவனித்தபோது, "மது! 363 பேரை கொன்றுவிட்டார்கள்" என்று மதுவின் காதில் ஒலித்தது.

"363 பேரா? எப்படி? யார்? கொன்றுவிட்டார்களா?" என்று மரத்தைப் பார்த்து அதிர்ச்சியாகக் கேட்டாள் மது.

"ரொம்ப வருஷங்களுக்கு முன்னாடி ராஜஸ்தானில் ஜோத்பூர் என்ற ஒரு ஊரில் பயங்கர வறட்சி. மக்கள் பஞ்சத்தில் இருந்தார்கள். தண்ணீர் இல்லாமல் எல்லா மரங்களும் வறண்டு போனது. விவசாயமும் இல்லை. ஆனால் எங்கள் இனத்தைச் சேர்ந்த மரங்கள் மட்டும் வறண்டு போகவே இல்லை. அங்கு இருந்த மக்களுக்கு நாங்கள்தான் உணவு கொடுத்தோம். கால்நடைகளுக்கு உணவு கொடுத்தோம். எட்டு வருட வறட்சியையும் எங்களால்தான் சமாளித்தார்கள். அங்கே இருந்த மக்களும் அந்த நாட்டு மன்னரும் எங்களை நாடு

முழுவதும் நட்டு வைத்தார்கள். எங்களைக் கடவுளாகக் கொண்டாடினார்கள்" என்று மரம் கூறிக் கொண்டிருக்கும் பொழுதே காற்று பலமாக அடிக்க ஆரம்பித்தது. ஒட்டகத்தில் அவர்களை அழைத்து வந்தவர்கள்,

"அம்மா! இனி காற்று அதிகமாகிவிடும். கிளம்பி விடலாம்" என்று கூறினார்கள். அவர்களோடு வந்த மற்றவர்களும் மெதுவாக ஒட்டகத்தில் ஏற ஆரம்பித்தார்கள். மதுவுக்கு என்ன செய்வதென்று தெரியவில்லை. "அம்மா! இன்னும் கொஞ்ச நேரம்..." என்று கேட்டாள். அம்மா அமைதியாக இருந்தார். அனைவரும் ஒட்டகத்தின் மீது ஏற ஆரம்பித்தார்கள். மரத்தைக் கட்டிப்பிடித்துக்கொண்டு அழ ஆரம்பித்தாள் மது.

அங்கிருந்த எல்லா ஒட்டகங்களும் வந்தவர்களை ஏற்றிக்கொண்டு கிளம்பின. இவர்களை ஏற்றிக் கொண்டு வந்த இரண்டு ஒட்டகக்காரர்களில் ஒருவர் வயதானவர். அவருக்கு மதுவைப் பார்த்தவுடன் தன்னுடைய பேத்தியின் ஞாபகம் வந்தது. பஹ்ரைன் மொழியில் நாம் சற்று நேரம் கழித்துக் கிளம்பலாம் என்று கூறினார். மதுவின் பெற்றோர் அவர் என்ன சொல்கிறார் என்று தெரியாமல் விழித்தனர். பிறகு, மீண்டும் அவர்கள் புரியும் வண்ணம் சைகை மூலம் தெரிவித்து புரியவைத்தார் பெரியவர்.

மதுவின் அம்மாவும் அப்பாவும் வினீத்தும் மெதுவாக மரத்தை சுற்றிவரக் கிளம்பினார்கள். மது மீண்டும் மரத்தில் காதை வைத்தாள்.

"அடடா! எப்படியோ சாமாளித்து விட்டாய்" என்றது மரம்.

"ஆமாம், கதையைப் பாதியில் விட்டுச்சென்றால், அய்யய்யோ! என்னால் முடியாதுப்பா!" என்றாள் மது.

"ஏய்! நான் சொல்வது கதை இல்லை, உண்மை" என்றது மரம்.

"அட! உண்மைதான், ஆனால் கேட்கக் கேட்க சுவாரசியமாக கதைபோல் இருக்கிறது" என்றாள் மது.

"எனக்குக்கூட கதை கேட்பது என்றால் ரொம்பப் பிரியம். ஓமன் கெஜாரி அருமையாகக் கதை சொல்லும். நான் அந்தக் கதைகளை விரும்பிக் கேட்பேன்" என்றது மரம்.

"என்னது, ஓமன் கெஜாரியா? கதை கூறுமா? அது எங்கே இருக்கிறது?"

"ஓமன் நாட்டில் இருக்கின்ற எங்கள் இனத்தைச் சேர்ந்த மரம்தான் ஓமன் கெஜாரி. அது ரொம்ப வயசானது என்னை மாதிரியே. நாங்க இரண்டு பேரும் அந்தக் காலத்தில் நடந்த விஷயங்களைப் பேசிக்கொள்வோம். அது எங்களுக்கு ரொம்பப் பிடிக்கும். பழைய நினைவுகளில் இருக்கின்ற சுகம் வேற எதிலுமே இருக்காது. நாங்கள் இரண்டு பேரும் பேசுவதை மற்ற எல்லா மரங்களும் கேட்கும்."

"ஆச்சரியமாக இருக்கிறது. அங்கிருந்து கதை கூறினால் உங்களுக்கு எப்படிக் கேட்கும்?"

"எங்கெங்கோ கண்ணுக்குத் தெரியாத தூரத்தில் இருந்தாலும் நாங்கள் பேசிக்கொள்வோம், சண்டையிட்டுக் கொள்வோம், கதை கூறிக்கொள்வோம். அவர்கள் இருக்கும் இடத்தில் நடக்கும் சுவாரஸ்யமான விஷயங்களைப் பகிர்ந்து கொள்வார்கள். நீ கிளம்பிய பின்புகூட நான் உன்னைப் பற்றி என்னுடைய

நண்பர்களுக்குக் கூறுவேன், காற்றின் வழியாக" என்றது மரம்.

"நான்கூட 'நிழலைத் திருடிய பூதம்' என்ற புத்தகத்தில் இது பற்றி வாசித்திருக்கிறேன். மரங்கள் காற்றின் வழியாக உரையாடிக்கொள்ளும் என்பதை நான் கதை என்று அல்லவா நினைத்துக் கொண்டிருந்தேன். சரி சரி, கதைக்கு வா... அடுத்து என்ன ஆச்சு?" என்று கேட்டாள் மது.

"அதற்குப் பின்னால் வந்த மன்னர் அவர்களுடைய தேவைகளுக்காக எங்கள் இனத்தை வெட்ட ஆரம்பித்தார். அங்கு இருந்த மக்கள் ஏராளமானோர் தடுத்தார்கள்."

"அச்சச்சோ! அப்புறம் என்ன ஆச்சு?"

"முதலில் அமிர்தம் என்ற பெண் மரத்தை வெட்டவிடாமல் மரத்தைக் கட்டிப்பிடித்து நின்று விட்டார். அதன் பிறகு ஒவ்வொருவரும் மரத்தை வெட்ட விடாமல் மரத்தின் முன்னால் வந்து நின்றார்கள்."

"வந்தவர்கள் வெட்டாமல் சென்று விட்டார்கள் தானே?" என்று ஆர்வமாகக் கேட்டாள் மது.

"அப்படி அவர்கள் செய்திருந்தால் பரவாயில்லையே. ஆனால் மரத்தை வெட்டக்கூடாது என்று தடுத்தவர்களையும் மரத்தோடு சேர்த்து வெட்டி விட்டார்கள்" என்றது மரம் சோகமாக.

எதுவும் பேசாமல் அதிர்ச்சியில் மரத்தைப் பார்த்தபடியே நின்றுகொண்டிருந்தாள் மது.

"மொத்தமாக 363 பேரு செத்துப் போயிட்டாங்க"

"அச்சோ! எனக்கு கேட்கக் கேட்க அழுகையாக வருகிறது."

"மறுபடியும் சில நாட்களிலேயே அந்த மன்னர் அங்கிருந்த மக்களிடம் மன்னிப்புக் கேட்டு அவர்கள் ஞாபகார்த்தமாக 363 மரங்களை நட்டுவைத்தார்" என்று கூறியது மரம்.

"மது! என்ன செய்துகொண்டு இருக்கிறாய் நீ? யாரிடம் பேசிக்கொண்டு இருக்கிறாய்? இப்போது போகலாமா?" என்று அம்மா மதுவின் தலையை நீவியபடி கேட்டார்.

"இந்த மரத்திடம்தான் பேசிக்கொண்டு இருக்கிறேன். அது தன்னோட கதையைச் சொல்லியது அம்மா!" என்றாள் மது.

"எங்கே போனாலும் உனக்கு எல்லாரோடிடமும் கதை கேட்டுக் கேட்டு இப்போது மரத்திடமும் கதை கேட்கிறேன் என்று சொல்றியா? சரி சரி, உன்னோட குறும்புத்தனத்திற்கு அளவே இல்லாமல் போயிற்று. இப்போதாவது கிளம்பலாமா?" என்று அம்மா கேட்டவுடன் "ஒரு நிமிடம் அம்மா!" என்று கூறிய மது. தன்னுடைய சிறிய கைப்பையில் வைத்திருந்த தண்ணீர் பாட்டிலை எடுத்து அதிலிருந்த தண்ணீரை எடுத்து மரத்தின் மீது ஊற்றினாள்.

சிலிர்த்துப் போனது மரம்.

5

கடைசி டோடோ பறவையின் கதறல்

பாரிஸியஸ் ஓர் அழகான தீவு. அங்கு ஏராளமான பறவைகள் வாழ்ந்து வந்தன. அவற்றில் பெரும்பாலான பறவைகள் பறக்க முடியாதவை. அந்தத் தீவின் மிக அழகான பறவை டோடோ. மிக அழகான மலர்களைச் சுமந்து நிற்கும் மரம் கல்வாரியா. கல்வாரியாவின் பழங்கள் மிகவும் சுவையாக இருக்கும். டோடோ பறவைகள் கல்வாரியா மரங்கள் இருக்கும் பகுதியில் தான் வாழும். கல்வாரியா பழங்களைச் சாப்பிடுவதால்தான் தாங்கள் இவ்வளவு அழகாக இருக்கிறோம், இவ்வளவு வலிமையாக இருக்கிறோம், இவைகளால்தான் தாங்கள் உயிரோடும் இருக்கிறோம் என்று டோட்டோ பறவைகள் எண்ணிக்கொண்டிருந்தன.

"உங்களால்தான் நாங்கள் வாழ்ந்து கொண்டிருக்கிறோம். அழகாக இருக்கிறோம். நீங்கள் இல்லாமல் நாங்கள் இல்லை. நீங்கள்தான் எங்கள் தேவதைகள்" என்று கல்வாரியா மரங்களைப் பார்த்து டோட்டோக்கள் கூறி வந்தன. அங்கு இருந்த ஏராளமான பறவைகளுக்கு கல்வாரியா மரத்தை மிகவும் பிடிக்கும். கல்வாரியாவோடு நட்புக் கொண்டிருந்தன. இது டோடோக்களுக்குப் பிடிக்கவில்லை. இருந்தாலும் அதன் பழத்தைச் சாப்பிடுவதால்தான் நாம் அழகாக இருக்கிறோம். அதன் பழங்கள் இல்லை என்றால் நாம் வாழமுடியாது என்பதால்தான் கல்வாரியா மரங்களை ஒருபோதும் டோடோக்கள் கோபித்துக்கொண்டதில்லை.

அந்த நேரத்தில் புதிதாக தீவிற்கு மானிஷ் என்ற விலங்கு வந்தது.

தீவில் ஆக்கு என்ற பறவைகள் அதிகமாக இருந்தன. அதுவரை அப்படியான பறவைகளை மானிஷ் பார்த்ததில்லை. அதுவும் அந்தப் பறவைக்குப் பறக்கத் தெரியாமல் இருந்தது. முதலில் ஓர் ஆக்கு பறவையைப் பிடித்து அடித்துச் சாப்பிட்டது மானிஷ். அதன் சுவை மானிஷுக்கு மிகவும் பிடித்து விட்டது. தொடர்ந்து அவற்றைப் பிடித்துச் சாப்பிட ஆரம்பித்தது. மானிஷ் தன் நண்பர்களுக்கும் இது பற்றி அறிவித்தது. அதன் பிறகு ஏராளமான மானிஷ்கள் அங்கு வந்து வாழ ஆரம்பித்தன. குறிப்பாக இந்தப் பறவைகளைச் சாப்பிடுவதற்காகவே. ஏனென்றால் அந்தப் பறவைகள் அவ்வளவு சுவையாக இருந்தன.

இதைத் தூரத்திலிருந்து கல்வாரியா மரங்கள் கவனித்து வந்தன.

"நீங்கள் அனைவரும் ஒன்று சேர்ந்து மானிஷ்களை இந்தத் தீவிலிருந்து விரட்டி அடியுங்கள். அவைகளால் உங்களுக்கும் ஆபத்து ஏற்படும்" என்று மற்ற பறவைகளிடம் எச்சரிக்கை செய்தன கல்வாரியா மரங்கள். ஆனால் பறவைகள்,

"அவை ஆக்கு பறவைகளைத்தானே சாப்பிடுகின்றன. நாங்கள்தான் ஆக்கு பறவைகள் இல்லையே!" என்று கல்வாரியா மரத்திடம் கூறின. நாளடைவில் ஆக்கு பறவைகள் மொத்தமாக அந்தத்தீவில் அழிந்துவிட்டன. இல்லை இல்லை, மானிஷ்கள் அழித்துவிட்டன. அடுத்தது வேறு எந்தப் பறவை என்று தேடி அலைந்தன மானிஷ்கள். அந்த நேரத்தில் மோவோ பறவைகளைப் பார்த்தன. மோவோக்களைப் பிடித்துச் சாப்பிட ஆரம்பித்தன. வெகு விரைவில் மோவோக்களும் அழிந்துவிட்டன.

"உங்களிடம் வரும் நாட்கள் தூரத்தில் இல்லை. இந்த நேரத்திலாவது நீங்கள் அனைவரும் ஒன்று சேர்ந்து மானிஷ விலங்குகளை இங்கிருந்து அடித்துத் துரத்த வேண்டும். இல்லை என்றால் உங்களுக்கு ஆபத்து ஏற்படும்" என்று மீண்டும் கல்வாரியா மரங்கள் பறவைகளிடம் கூறின.

"நாங்கள் ஒன்றும் மோவோக்கள் இல்லையே!" என்று மற்ற பறவைகள் கூறின.

அதன் பிறகு யானைப் பறவை மற்றும் ஐவரி இப்படி ஏராளமான பறவைகளைக் கூண்டோடு அழித்தன மானிஷ விலங்குகள். காட்டிற்குள் அடுத்தடுத்து புதிய பறவைகளைத் தேடி அலைந்தன. அந்த நேரத்தில்தான் டோடோ மனிஷுகளின் கண்களுக்குத் தெரிந்தன. ஒரு டோடோ பறவையைப் பிடித்து சாப்பிட்ட மானிஷுகள் மற்ற பறவைகளைக் காட்டிலும் இது சுவையாக இருப்பதை அறிந்தன. டோடோக்களிடம் அன்பாகப் பேசி தொடர்ந்து டோடோக்களைச் சாப்பிட ஆரம்பித்தன. இதை அறியாத டோடோக்கள் மானிஷுகள் டோடோக்களை அன்பாக நடத்துவதாக எண்ணி ஏமாந்து கொண்டு இருந்தன.

கல்வாரியா மரங்கள் மீண்டும் டோடோக்களுக்கு எச்சரிக்கை செய்தன.

"உங்களுக்கு ஏராளமான நண்பர்கள் இருக்கின்றனர். எங்களுக்கு இப்பொழுதுதான் ஒரு அன்பான நண்பர் கிடைத்திருக்கிறார். உங்களுக்குப் பொறாமை" என்று டோடோக்கள் கூறின. டோடோக்களுக்கும் கல்வாரியா மரங்களுக்கும் இடையே பெரிய வாக்குவாதம் ஏற்பட்டது.

கல்வாரியா மரங்கள் டோடோக்கள் ஏறுவதற்கு

வசதியாகவும் விலங்குகள் ஏற முடியாதபடியும் இருந்தன. அதனால் டோடோக்கள் பெரும்பாலும் மற்ற விலங்குகளிடமிருந்து தப்பிப்பதற்கு கல்வாரியா மரத்தின் மீது ஏறிக்கொண்டிருந்தன.

எப்படியாவது இந்த டோடோக்களுக்கும் கல்வாரியா மரங்களுக்கும் இடையே பிரச்சனையை ஏற்படுத்தி விட வேண்டும் என்று மானிஷ்கள் முடிவு செய்தன.

இதுவரை தாங்கள் கடந்து வந்த இடங்களில் டோடோக்களும் கல்வாரியா மரங்களும் அங்கொன்றும் இங்கொன்றுமாய் இருந்ததைக் கண்டறிந்தன. எங்கெல்லாம் கல்வாரியா மரங்கள் இருக்கின்றதோ, அங்கெல்லாம் டோடோக்கள் இருக்கின்றன என்பதை மானிஷ்கள் கண்டறிந்தன.

இதைத் தீவிரமாக ஆராய்ச்சி செய்ய ஆரம்பித்தன. டோடோக்களின் எச்சத்தில் இருந்து விழும் கல்வாரியா விதைகள் அனைத்தும் மரங்களாக முளைக்கின்றன.

நேரடியாக மண்ணில் விழும் விதைகள் எங்காவது ஏதாவதுதான் முளைக்கின்றன என்பதை அறிந்து கொண்டன.

"இத்தனை நாட்களாக நீங்கள் கல்வாரியாவை தேவதையென்றும் உங்களை வாழ வைப்பவர்கள் என்றும் கூறிக் கொண்டிருந்தீர்கள். ஆனால் உண்மையைச் சொல்ல வேண்டுமானால் உங்களால்தான் கல்வாரியா மரங்களின் அடுத்த தலைமுறையை உருவாக்க முடியும். நீங்கள் இல்லை என்றால் அந்த இனமே அழிந்து விடும். உங்கள் எச்சத்தில் விழுந்த விதைகள் மட்டுமே முளைக்கும் தகுதி பெற்றவை. மற்றவை இந்த பூமியில் விழுந்தாலும் முளைக்காது. தப்பித்தவறி ஏதாதவது ஒன்றிரண்டு முளைக்கலாம்" என்று டோடோக்களிடம் மானிஷ்கள் கூறின. 'இவ்வளவு நாட்களாக அவர்களுடைய பழங்களைச்

சாப்பிட்டுத்தான் வாழ்கிறோம். அதனால்தான் தாங்கள் வலிமையாக இருக்கிறோம்' என்று எண்ணிக் கொண்டிருந்தன டோடோக்கள். இப்பொழுது தங்களால் தான் கல்வாரியா மரங்கள் வாழ்கின்றன என்பதை அறிந்தவுடன் டோடோக்கள்,

"நாங்கள் இல்லையென்றால் நீங்கள் இல்லை. எங்களால்தான் நீங்கள் வாழ்கிறீர்கள். இவ்வளவு நாளாக இது தெரியாமல் நாங்கள் இருந்து விட்டோம். இனி நீங்கள் எங்களுக்கு அடிமை" என்று கூறின. இதுவரை டோடோக்கள் பறக்கத் தெரியாமல் இருந்தாலும் கல்வாரியா மரங்கள் டோடோக்களுக்கு பாதுகாப்பு வழங்கி வந்தன.

"இனி நாங்கள் எங்களை பாதுகாத்துக்கொள்வோம் எங்களுக்கு மானிஷ்கள் பாதுகாப்பு அளிக்கும்" என்று கூறின. டோடோக்கள் மானிஷ்களை முழுமையாக நம்ப ஆரம்பித்தன. மானிஷ்கள் தொடர்ந்து டோடோக்களைச் சாப்பிட்டு வந்தன. ஒவ்வொன்றாக அழித்து வந்தபோது கல்வாரியா மரங்கள் எச்சரிக்கை செய்தன. அவை கேட்கவில்லை.

இப்போது டோடோவின் இனமே அழிவின் விளிம்பில் இருந்தது.

"மற்ற பறவைகளுக்குப் பிரச்சனை வரும்பொழுது அவைகளுக்குத்தானே பிரச்சினை, எங்களுக்கு இல்லையே என்று எண்ணிக் கொண்டிருந்தோம். எங்களை இதுவரை பாதுகாத்த கல்வாரியா மரங்களையும் எங்களின் அடிமைகளாக நினைத்துப் பகைத்துக்கொண்டோம். இப்போது எங்களைக் காப்பாற்ற யாருமே இல்லையா?" என்று கதறியது கடைசி டோடோ பறவை.

www.ingramcontent.com/pod-product-compliance
Lightning Source LLC
Chambersburg PA
CBHW021400160726
47994CB00007B/3032